ਜਦੋਂ ਮੈਂ ਉਦਾਸ ਹੁੰਦੀ ਹਾਂ
When I Am Gloomy

ਸੈਮ ਸਾਗੋਲਸਕੀ
ਚਿੱਤਰਕਾਰੀ: ਦਾਰੀਆ ਸਮਿਸਲੇਵਾ

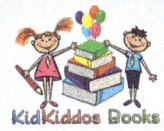

www.kidkiddos.com
Copyright ©2025 by KidKiddos Books Ltd.
support@kidkiddos.com

All rights reserved. No part of this book may be reproduced in any form or by any electronic or mechanical means, including information storage and retrieval systems, without written permission from the publisher, except in the case of a reviewer, who may quote brief passages embodied in critical articles or in a review.
First edition, 2025

Translated from English by Amandeep Kaur
ਅੰਗਰੇਜ਼ੀ ਤੋਂ ਅਨੁਵਾਦ: ਅਮਨਦੀਪ ਕੌਰ

Library and Archives Canada Cataloguing in Publication
When I Am Gloomy (Punjabi English Bilingual edition)/Shelley Admont
ISBN: 978-1-0497-0734-1 paperback
ISBN: 978-1-0497-0735-8 hardcover
ISBN: 978-1-0497-0736-5 eBook

Please note that the Punjabi and English versions of the story have been written to be as close as possible. However, in some cases they differ in order to accommodate nuances and fluidity of each language.

ਇੱਕ ਬੱਦਲਾਂ ਵਾਲੀ ਸਵੇਰ ਸੀ। ਮੈਂ ਉੱਠੀ ਤਾਂ ਮੈਨੂੰ ਬਹੁਤ ਉਦਾਸੀ ਮਹਿਸੂਸ ਹੋ ਰਹੀ ਸੀ।

One cloudy morning, I woke up feeling gloomy.

ਮੈਂ ਬਿਸਤਰੇ ਤੋਂ ਉੱਠੀ, ਆਪਣੀ ਮਨਪਸੰਦ ਕੰਬਲ ਵਿੱਚ ਆਪਣੇ ਆਪ ਨੂੰ ਲਪੇਟਿਆ, ਅਤੇ ਬੈਠਕ ਵਿੱਚ ਚਲੀ ਗਈ।

I got out of bed, wrapped myself in my favorite blanket, and walked into the living room.

"ਮਾਂ!" ਮੈਂ ਬੁਲਾਇਆ। "ਮੈਂ ਅੱਜ ਬਹੁਤ ਉਦਾਸ ਹਾਂ।"
"Mommy!" I called. "I'm in a bad mood."

ਮਾਂ ਨੇ ਕਿਤਾਬ ਤੋਂ ਅੱਖਾਂ ਚੁੱਕੀਆਂ ਤੇ ਕਿਹਾ, "ਉਦਾਸ ਹੈ? ਕਿਉਂ, ਮੇਰੀ ਬੇਟੀ?"
Mom looked up from her book. "Bad? Why do you say that, darling?" she asked.

ਆਪਣੀਆਂ ਉਦਾਸ ਅੱਖਾਂ ਵੱਲ ਇਸ਼ਾਰਾ ਕਰਦਿਆਂ ਮੈਂ ਕਿਹਾ "ਮੇਰੇ ਵੱਲ ਦੇਖੋ!"। ਮਾਂ ਹੌਲੀ ਜਿਹੀ ਮੁਸਕੁਰਾਈ।
"Look at my face!" I said, pointing to my furrowed brows. Mom smiled gently.

ਮੈਂ ਹੌਲੀ ਆਵਾਜ਼ ਵਿੱਚ ਕਿਹਾ "ਅੱਜ ਮੇਰੇ ਚਿਹਰੇ 'ਤੇ ਖੁਸ਼ੀ ਨਹੀਂ ਹੈ,"। "ਜਦੋਂ ਮੈਂ ਉਦਾਸ ਹੁੰਦੀ ਹਾਂ, ਕੀ ਤੁਸੀਂ ਮੈਨੂੰ ਉਦੋਂ ਵੀ ਪਿਆਰ ਕਰਦੇ ਹੋ"?
"I don't have a happy face today," I mumbled. "Do you still love me when I'm gloomy?"

"ਬਿਲਕੁਲ ਕਰਦੀ ਹਾਂ," ਮਾਂ ਨੇ ਕਿਹਾ। "ਜਦੋਂ ਤੂੰ ਉਦਾਸ ਹੁੰਦੀ ਹੈਂ, ਮੈਂ ਤੇਰੇ ਕੋਲ ਆ ਕੇ, ਤੈਨੂੰ ਘੁੱਟ ਕੇ ਜੱਫੀ ਪਾ ਕੇ ਤੈਨੂੰ ਖੁਸ਼ ਕਰਨਾ ਚਾਹੁੰਦੀ ਹਾਂ।"

"Of course I do," Mom said. "When you're gloomy, I want to be close to you, give you a big hug, and cheer you up."

ਇਹ ਸੁਣ ਕੇ ਮੈਨੂੰ ਕੁੱਝ ਸਮੇਂ ਲਈ ਥੋੜ੍ਹਾ ਵਧੀਆ ਲੱਗਿਆ, ਫਿਰ ਮੈਂ ਆਪਣੇ ਚੰਗੇ ਖ਼ੁਸ਼ੀ ਦੇ ਖਿਆਲਾਂ ਬਾਰੇ ਸੋਚਣ ਲੱਗ ਪਈ।

That made me feel a little better, but only for a second, because then I started thinking about all my other moods.

"ਤਾਂ… ਕੀ ਤੁਸੀਂ ਮੈਨੂੰ ਉਦੋਂ ਵੀ ਪਿਆਰ ਕਰਦੇ ਹੋ, ਜਦੋਂ ਮੈਂ ਗੁੱਸੇ ਵਿੱਚ ਹੁੰਦੀ ਹਾਂ?"
"So… do you still love me when I'm angry?"

ਮਾਂ ਫਿਰ ਮੁਸਕੁਰਾਈ। "ਬਿਲਕੁਲ ਕਰਦੀ ਹਾਂ!"
Mom smiled again. "Of course I do!"

"ਤੁਹਾਨੂੰ ਪੱਕਾ ਯਕੀਨ ਹੈ?"
ਮੈਂ ਹੈਰਾਨ ਹੋ ਕੇ ਪੁੱਛਿਆ।
"Are you sure?"
I asked, crossing my arms.

"ਹਾਂ, ਭਾਵੇਂ ਤੂੰ ਗੁੱਸੇ ਵਿੱਚ ਵੀ ਹੋਵੇਂ, ਮੈਂ ਤੇਰੀ ਮਾਂ ਹਾਂ, ਅਤੇ ਤੈਨੂੰ ਓਸੇ ਤਰ੍ਹਾਂ ਹੀ ਪਿਆਰ ਕਰਦੀ ਹਾਂ।"

"Even when you're mad, I'm still your mom. And I love you just the same."

ਮੈਂ ਇੱਕ ਡੂੰਘੀ ਸਾਹ ਲਿਆ। "ਫਿਰ ਜਦੋਂ ਮੈਂ ਸ਼ਰਮਾਉਂਦੀ ਹੁੰਦੀ ਹਾਂ?" ਮੈਂ ਹੌਲੀ ਜਿਹੀ ਪੁੱਛਿਆ।
I took a big breath. "What about when I'm shy?" I whispered.

ਮਾਂ ਨੇ ਕਿਹਾ, "ਜਦੋਂ ਤੂੰ ਸ਼ਰਮਾਉਂਦੀ ਹੈਂ, ਮੈਂ ਤੈਨੂੰ ਉਦੋਂ ਵੀ ਪਿਆਰ ਕਰਦੀ ਹਾਂ,"। "ਯਾਦ ਹੈ, ਜਦੋਂ ਤੂੰ ਮੇਰੇ ਪਿੱਛੇ ਲੁਕ ਗਈ ਸੀ ਤੇ ਨਵੇਂ ਆਏ ਗਾਵਾਂਢੀ ਨਾਲ ਗੱਲ ਨਹੀਂ ਕਰਨਾ ਚਾਹੁੰਦੀ ਸੀ?"
"I love you when you're shy too," she said. "Remember when you hid behind me and didn't want to talk to the new neighbor?"

ਮੈਂ ਸਿਰ ਹਿਲਾਇਆ। ਮੈਨੂੰ ਉਹ ਪਲ ਚੰਗੀ ਤਰ੍ਹਾਂ ਯਾਦ ਸੀ।
I nodded. I remembered it well.

"ਅਤੇ ਫਿਰ ਤੂੰ 'ਹੈਲੋ' ਕਿਹਾ ਤੇ ਇੱਕ ਨਵਾਂ ਦੋਸਤ ਬਣਾ ਲਿਆ। ਮੈਨੂੰ ਤੇਰੇ ਤੇ ਬਹੁਤ ਮਾਣ ਹੋਇਆ ਸੀ," ਮਾਂ ਨੇ ਕਿਹਾ।

"And then you said hello and made a new friend. I was so proud of you."

ਮੈਂ ਦੁਬਾਰਾ ਪੁੱਛਿਆ, "ਕੀ ਤੁਸੀਂ ਮੈਨੂੰ ਉਦੋਂ ਵੀ ਪਿਆਰ ਕਰਦੇ ਹੋ, ਜਦੋਂ ਮੈਂ ਬਹੁਤ ਸਾਰੇ ਸਵਾਲ ਪੁੱਛਦੀ ਹਾਂ?"

"Do you still love me when I ask too many questions?" I continued.

ਮਾਂ ਨੇ ਮੁਸਕਰਾ ਕੇ ਕਿਹਾ "ਜਦੋਂ ਤੂੰ ਬਹੁਤ ਸਾਰੇ ਸਵਾਲ ਪੁੱਛਦੀ ਹੈਂ, ਮੈਂ ਇਹ ਦੇਖ ਕੇ ਖ਼ੁਸ਼ ਹੁੰਦੀ ਹਾਂ ਕਿ ਤੂੰ ਹਰ ਰੋਜ਼ ਨਵੀਆਂ-ਨਵੀਆਂ ਚੀਜ਼ਾਂ ਸਿੱਖ ਰਹੀ ਹੈਂ, ਜ਼ਿਆਦਾ ਸਮਝਦਾਰ ਤੇ ਮਜ਼ਬੂਤ ਬਣ ਰਹੀ ਹੈਂ। ਹਾਂ, ਮੈਂ ਤੈਨੂੰ ਉਦੋਂ ਵੀ ਪਿਆਰ ਕਰਦੀ ਹਾਂ।"

"When you ask a lot of questions, like now, I get to watch you learn new things that make you smarter and stronger every day," Mom answered. "And yes, I still love you."

"ਤੇ ਜਦੋਂ ਮੈਨੂੰ ਗੱਲ ਕਰਨੀ ਚੰਗੀ ਨਹੀਂ ਲੱਗਦੀ?" ਮੈਂ ਫਿਰ ਪੁੱਛਿਆ।
"What if I don't feel like talking at all?" I continued asking.

"ਇੱਥਰ ਆ," ਮਾਂ ਨੇ ਕਿਹਾ। ਮੈਂ ਉਸਦੀ ਗੋਦ ਵਿੱਚ ਬੈਠ ਗਈ ਤੇ ਆਪਣਾ ਸਿਰ ਉਸਦੇ ਮੋਢੇ 'ਤੇ ਰੱਖ ਲਿਆ।
"Come here," she said. I climbed into her lap and rested my head on her shoulder.

"ਜਦੋਂ ਤੂੰ ਚੁੱਪ ਰਹਿਣਾ ਚਾਹੁੰਦੀ ਹੈਂ, ਤੂੰ ਆਪਣੇ ਸੁਪਨੇ ਬੁਣਨ ਲੱਗਦੀ ਹੈਂ। ਮੈਨੂੰ ਇਹ ਸਭ ਵੇਖ ਕੇ ਬਹੁਤ ਖ਼ੁਸ਼ੀ ਹੁੰਦੀ ਹੈ।"
"When you don't feel like talking and just want to be quiet, you start using your imagination. I love seeing what you create," Mom answered.

ਮਾਂ ਨੇ ਧੀਮੀ ਆਵਾਜ਼ ਚ'ਕਿਹਾ, "ਮੈਂ ਤੈਨੂੰ ਉਦੋਂ ਵੀ ਪਿਆਰ ਕਰਦੀ ਹਾਂ, ਜਦੋਂ ਤੂੰ ਚੁੱਪ ਹੁੰਦੀ ਹੈਂ।"
Then she whispered in my ear, "I love you when you're quiet too."

ਮੈਂ ਪੁੱਛਿਆ, "ਪਰ ਜਦੋਂ ਮੈਨੂੰ ਡਰ ਲੱਗਦਾ ਹੈ, ਤੁਸੀਂ ਮੈਨੂੰ ਉਦੋਂ ਵੀ ਪਿਆਰ ਕਰਦੇ ਹੋ?"
"But do you still love me when I'm afraid?" I asked.

ਮਾਂ ਨੇ ਕਿਹਾ, "ਹਮੇਸ਼ਾਂ ਹੀ" । "ਜਦੋਂ ਤੈਨੂੰ ਡਰ ਲੱਗਦਾ ਹੈ, ਮੈਂ ਤੇਰੇ ਨਾਲ ਹੁੰਦੀ ਹਾਂ, ਇਹ ਦੇਖਣ ਲਈ ਕਿ ਤੇਰੇ ਬਿਸਤਰੇ ਦੇ ਹੇਠਾਂ ਜਾਂ ਅਲਮਾਰੀ ਅੰਦਰ ਕੋਈ ਰਾਖਸ਼ ਤਾਂ ਨਹੀਂ।"
"Always," said Mom. "When you're scared, I help you check that there are no monsters under the bed or in the closet."

ਉਸ ਨੇ ਮੇਰੇ ਮੱਥੇ ਨੂੰ ਚੁੰਮਿਆ। "ਤੂੰ ਬਹੁਤ ਹਿੰਮਤੀ ਹੈਂ, ਮੇਰੀ ਸੋਹਣੀਏ।"
She kissed me on the forehead. "You are so brave, my sweetheart."

"ਅਤੇ ਜਦੋਂ ਤੂੰ ਥੱਕ ਜਾਂਦੀ ਹੈਂ," ਮਾਂ ਨੇ ਹੌਲੀ ਆਵਾਜ਼ ਵਿੱਚ ਕਿਹਾ, "ਮੈਂ ਤੈਨੂੰ ਕੰਬਲ ਨਾਲ ਢਕ ਦਿੰਦੀ ਹਾਂ, ਤੇਰਾ ਟੈਡੀ ਲਿਆਉਂਦੀ ਹਾਂ, ਅਤੇ ਤੈਨੂੰ ਖਾਸ ਲੋਰੀ ਸੁਣਾਉਂਦੀ ਹਾਂ।"

"And when you're tired," she added softly, "I cover you with your blanket, bring you your teddy bear, and sing you our special song."

ਮੈਂ ਝੱਟ ਉੱਠ ਕੇ ਪੁੱਛਿਆ। "ਜਦੋਂ ਮੇਰੇ ਵਿੱਚ ਬਹੁਤ ਜੋਸ਼ ਹੁੰਦਾ ਹੈ?"
"What if I have too much energy?" I asked, jumping to my feet.

ਮਾਂ ਹੱਸਣ ਲੱਗੀ, "ਜਦੋਂ ਤੂੰ ਬਹੁਤ ਜੋਸ਼ ਨਾਲ ਭਰੀ ਹੁੰਦੀ ਹੈਂ, ਅਸੀਂ ਇਕੱਠੇ ਸਾਈਕਲ ਚਲਾਉਂਦੇ ਹਾਂ, ਰੱਸੀ ਟੱਪਦੇ ਹਾਂ, ਜਾਂ ਬਾਹਰ ਦੌੜਦੇ ਹਾਂ। ਮੈਨੂੰ ਤੇਰੇ ਨਾਲ ਇਹ ਸਭ ਕੁਝ ਕਰਨਾ ਬਹੁਤ ਵਧੀਆ ਲੱਗਦਾ ਹੈ!"
She laughed. "When you're full of energy, we go biking, skip rope, or run around outside together. I love doing all those things with you!"

ਮੈਂ ਆਪਣੀ ਜੀਭ ਬਾਹਰ ਕੱਢ ਕੇ ਕਿਹਾ, "ਪਰ ਕੀ ਤੁਸੀਂ ਮੈਨੂੰ ਉਦੋਂ ਵੀ ਪਿਆਰ ਕਰਦੇ ਹੋ, ਜਦੋਂ ਮੈਂ ਬਰਾਕਲੀ ਖਾਣਾ ਨਹੀਂ ਚਾਹੁੰਦੀ?"

"But do you love me when I don't want to eat broccoli?" I stuck out my tongue.

ਮਾਂ ਮੁਸਕਰਾਈ। "ਜਿਵੇਂ ਉਸ ਵਾਰ ਤੂੰ ਆਪਣੀ ਬਰਾਕਲੀ ਮੈਕਸ ਨੂੰ ਦੇ ਦਿੱਤੀ ਸੀ? ਉਸਨੂੰ ਬਹੁਤ ਪਸੰਦ ਆਈ ਸੀ!"

Mom chuckled. "Like that time you slipped your broccoli to Max? He liked it a lot."

"ਤੁਸੀਂ ਵੇਖ ਲਿਆ ਸੀ?" ਮੈਂ ਹੈਰਾਨ ਹੋ ਕੇ ਪੁੱਛਿਆ।
"You saw that?" I asked.

"ਹਾਂ ਬਿਲਕੁਲ। ਅਤੇ ਮੈਂ ਤੈਨੂੰ ਉਦੋਂ ਵੀ ਪਿਆਰ ਕਰਦੀ ਹਾਂ।"
"Of course I did. And I still love you, even then."

ਮੈਂ ਕੁਝ ਪਲ ਸੋਚਿਆ ਅਤੇ ਅਖੀਰਲਾ ਸਵਾਲ ਪੁੱਛਿਆ:
I thought for a moment, then asked one last question:

"ਮਾਂ, ਜੇ ਤੁਸੀਂ ਮੈਨੂੰ ਉਦਾਸ ਤੇ ਗੁੱਸੇ ਵਿੱਚ ਪਿਆਰ ਕਰਦੇ ਹੋ, ਤਾਂ ਕੀ ਤੁਸੀਂ ਮੈਨੂੰ ਖੁਸ਼ ਹੋਣ 'ਤੇ ਵੀ ਪਿਆਰ ਕਰਦੇ ਹੋ?"
"Mommy, if you love me when I'm gloomy or mad… do you still love me when I'm happy?"

"ਓ ਮੇਰੀ ਪਿਆਰੀ ਬੱਚੀ," ਮਾਂ ਨੇ ਮੈਨੂੰ ਘੁੱਟ ਕੇ ਜੱਫੀ ਪਾਉਂਦਿਆਂ ਕਿਹਾ, "ਜਦੋਂ ਤੂੰ ਖੁਸ਼ ਹੁੰਦੀ ਹੈਂ, ਮੈਂ ਵੀ ਖੁਸ਼ ਹੁੰਦੀ ਹਾਂ।"
"Oh, sweetheart," she said, hugging me again, "when you're happy, I'm happy too."

ਉਸ ਨੇ ਮੇਰੇ ਮੱਥੇ ਨੂੰ ਚੁੰਮਿਆ ਤੇ ਕਿਹਾ, "ਮੈਂ ਤੈਨੂੰ ਉਦੋਂ ਵੀ ਪਿਆਰ ਕਰਦੀ ਹਾਂ ਜਦੋਂ ਤੂੰ ਖੁਸ਼ ਹੁੰਦੀ ਹੈਂ, ਉਦਾਸ ਹੁੰਦੀ ਹੈਂ, ਗੁੱਸੇ ਵਿੱਚ ਜਾਂ ਸ਼ਰਮਾਉਂਦੀ, ਜਾਂ ਥੱਕੀ ਹੋਈ।"
She kissed me on the forehead and added, "I love you when you're happy just as much as I love you when you're sad, or mad, or shy, or tired."

ਮੈਂ ਆਪਣੀ ਮਾਂ ਦੇ ਕੋਲ ਜਾਂ ਕੇ ਮੁਸਕੁਰਾਈ। "ਤਾਂ ਤੁਸੀਂ ਮੈਨੂੰ ਹਰ ਵੇਲੇ ਪਿਆਰ ਕਰਦੇ ਹੋ?" ਮੈਂ ਪੁੱਛਿਆ।

I snuggled close and smiled. "So... you love me all the time?" I asked.

"ਹਾਂ, ਹਰ ਵੇਲੇ," ਮਾਂ ਨੇ ਕਿਹਾ। "ਹਰ ਮੂਡ ਵਿੱਚ, ਹਰ ਦਿਨ — ਮੈਂ ਤੈਨੂੰ ਹਮੇਸ਼ਾਂ ਪਿਆਰ ਕਰਦੀ ਹਾਂ।"

"All the time," she said. "Every mood, every day, I love you always."

ਉਸ ਦੀਆਂ ਗੱਲਾਂ ਸੁਣ ਕੇ ਮੇਰੇ ਦਿਲ ਵਿੱਚ ਪਿਆਰ ਭਰਿਆ ਅਹਿਸਾਸ ਆ ਗਿਆ।
As she spoke, I started feeling something warm in my heart.

ਮੈਂ ਖਿੜਕੀ ਵੱਲ ਦੇਖਿਆ — ਬੱਦਲ ਉੱਡ ਰਹੇ ਸਨ। ਅਸਮਾਨ ਨੀਲਾ ਹੋ ਰਿਹਾ ਸੀ, ਤੇ ਸੂਰਜ ਚਮਕਣ ਲੱਗ ਪਿਆ ਸੀ।
I looked outside and saw the clouds floating away. The sky was turning blue, and the sun came out.

ਇੰਝ ਲੱਗ ਰਿਹਾ ਸੀ ਜਿਵੇਂ ਅੱਜ ਦਾ ਦਿਨ ਬਹੁਤ ਸੋਹਣਾ ਹੋਣ ਵਾਲਾ ਹੈ।
It looked like it was going to be a beautiful day after all.

www.ingramcontent.com/pod-product-compliance
Lightning Source LLC
LaVergne TN
LVHW072010060526
838200LV00010B/319